For all the children who suffer Nonketotic Hyperglycinemia
with strength and grace I can only admire.
We're fighting for a cure, hold tight little ones x

Đối với tất cả trẻ em bị tăng đường huyết không ký sinh
với sức mạnh và sự duyên dáng tôi chỉ có thể ngưỡng mộ.
Chúng tôi đang chiến đấu để tìm cách chữa trị, hãy giữ chặt
những đứa trẻ nhỏ x

Written + illustrated by Elly Gedye
Translated by Anh Chu
www.booksForWednesdays.com

ISBN-13: 978-1-915064-12-7

eva the adventurer
nhà thám hiểm eva

by Elly Gedye, who hopes kids continue
to adventure, even when they're grown up.

Viết bởi Elly, với mong muốn mọi trẻ em luôn luôn
yêu thích những chuyến phiêu lưu, sự tìm tòi khám
phá, ngay cả khi chúng đã khôn lớn.

This is Eva.
Eva likes to go on adventures.

Cô ấy là Eva.
Eva là một cô nàng yêu thích những
chuyến phiêu lưu kì thú.

Some days Eva is an astronaut
flying to the moon.

Có những hôm, Eva là một phi hành
gia, du hành đến Mặt Trăng xa xôi.

Some days Eva is a mountain climber climbing ginormous mountains.

Lại có những hôm, Eva là một nhà leo núi, khám phá những ngọn núi cao hùng vĩ.

Some days Eva is a pilot
flying loop-de-loops.

Khi khác, Eva là một cô nàng phi
công điêu luyện trên bầu trời.

Some days Eva is a conductor
leading amazing orchestras.

Cũng có những ngày, Eva trở thành một
nhạc trưởng tài ba, cùng ban nhạc của
mình xướng lên những giai điệu vui tươi.

Some days Eva is an engineer
building fancy bridges.

Vào những ngày khác, Eva là một cô kĩ
sư tài giỏi, xây dựng lên những cây cầu
vững chắc và xinh đẹp.

Some days Eva is a singer
singing opera songs.

Rồi có những hôm, Eva là một cô ca
sĩ với giọng ca thật ngọt ngào, điệu
luyện cất lên những bản opera bất hủ.

Some days Eva is a train driver driving fast trains.

Một vài hôm khác, Eva muốn trở thành người lái tàu, đưa đoàn tàu của mình đi qua bao núi bao sông.

Some days Eva is a scientist
curing rare diseases.

Có những hôm, Eva là một nhà khoa
học cần mẫn với công việc nghiên cứu,
chữa những căn bệnh hiếm gặp.

Some days, after being an astronaut,
a mountain climber, a pilot,
a conductor, an engineer, a singer,
a train driver and a scientist...

Có những hôm, sau khi kết thúc với
công việc của một nhà du hành vũ trụ,
người leo núi, phi hành gia, người nhạc
trưởng, kĩ sư, cô ca sĩ, người lái tàu
và nhà khoa học...

Eva is ready for bed.

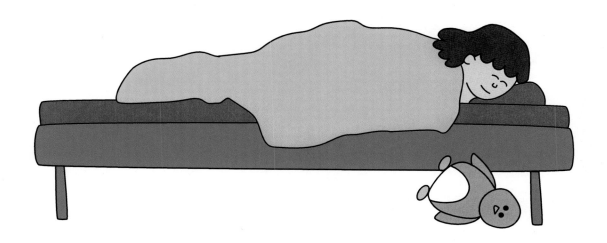

Eva đã sẵn sàng đi ngủ.

the end.

kết thúc.

This book supports Team Mikaere and Joseph's Goal - a charity for children with
Nonketotic Hyperglycinemia (NKH). A rare and terminal metabolic disorder.
Thank you for helping fund a cure for our children.

Cuốn sách này hộ trợ Team Mikaere and Joseps's Goal- một tố chức thiện nguyện cho trẻ em
mắc phải Nonketotic Hygerglycinemia. Một căn bệnh hiểm nghèo, hiếm gặp liên qua đến
sự rối loạn chuyển hoá trong cơ thể. Chúng tôi xin được gửi lời cảm ơn chân thành tới những
nhà hảo tâm đã giúp đỡ và hỗ trợ.

www.teammikaere.com
www.josephsgoal.org

This book is bilingual - sharing the love of languages and learning. Woop!
Thank you to all the volunteer translators - we couldn't have done this without you.

For other languages, please visit:
www.booksForWednesdays.com

Made in United States
Orlando, FL
23 August 2022

21489314R00015